ஏழாம் நூற்றாண்டின் குதிரைகள்

டிஸ்கவரி புக் பேலஸ்

கே.கே.நகர் மேற்கு, சென்னை - 600 078.
(பாண்டிச்சேரி கெஸ்ட் ஹவுஸ் அருகில்)
Ph: 044 4855 7525 Mobile: +91 87545 07070

நரன்

ஏழாம் நூற்றாண்டின் குதிரைகள் (கவிதைகள்)
ஆசிரியர்: நரன்©

Yezham Nootraandin Kuthiraigal (Poems)
Author: Naran©

1st Edition: Jan - 2014
2nd Edition: Sep - 2016
3rd Editon: Oct - 2020

Pages: 64 - ISBN: 978-93-84301-96-5
Cover Design: Artist.Manivannan
Inner Paintings: William Kentridge
Book Design: Discovery Team

Discovery Book Palace (P) Ltd,
6, Mahaveer Complex, Munusamy Salai,
K.K.Nagar West,Chennai-600 078.
Ph: +91 - 44-4855 7525, Mobile: +91 87545 07070

E-mail: discoverybookpalace@gmail.com,
Website: www.discoverybookpalace.com

Rs. 100

இந்த நூலில் பிரசுரமாகியுள்ள எந்த ஒரு பகுதியையும் பதிப்பாளரின் எழுத்துபூர்வமான முன்அனுமதி பெறாமல் எடுத்தாள்வதோ, மறுபிரசுரம் செய்வதோ, மொழியாக்கம் செய்வதோ, அச்சு மற்றும் மின்னணு ஊடகங்களில் மறுபதிப்பு செய்வதோ, காப்புரிமை சட்டப்படி தடை செய்யப்பட்டுள்ளது. இந்த நூலிலிருந்து குறிப்பிட்ட பகுதிகளை மேற்கோள்காட்டி புத்தக விமர்சனம் செய்ய, ஊடகங்களுக்கு மட்டும் அனுமதி உண்டு.

உங்கள் மொபைல் போனிலிருந்து
ஸ்கேன் செய்து டிஸ்கவரி புக் பேலஸின்
மொபைல் ஆப்பை டவுன்லோடு செய்து,
புத்தகங்களை வாங்குங்கள்.

நன்றி..

கதிர்பாரதி, ஜெயராணி, வசுமித்ர - கொற்றவை ஓவியர்.மணிவண்ணன், இசை, இளங்கோ கிருஷ்ணன் வே. பாபு, சாஹிப்கிரான், சுதீர்செந்தில், காலச்சுவடு கண்ணன், லீனா மணிமேகலை, சி. ஜெரால்ட், ஓவியர் ரோஹிணி மணி, ஜெயமோகன், நெல்சன், ஸ்ரீதர் ரங்கராஜ், பா.வெங்கடேசன், பாலைவன லாந்தர், வேல் கண்ணன், கரிகாலன், பாலசுப்ரமணியன் பொன்ராஜ், பா.திருச்செந்தாழை, பிரம்மராஜன், அச்சு, சுஜி, விஜய் மகேந்திரன், சம்யுக்த மாயா, குட்டி ரேவதி, கவின் மலர், தேவதச்சன், விருத்தாசலம் ஹரி, தமிழச்சி தங்கபாண்டியன், வெய்யில், தாரா கணேசன், அறிவுசெல்வன், புது எழுத்து.மனோன்மணி, வா. மணிகண்டன், ஓவியர்.காந்திராஜன்,

'ஜாதியற்றவளின் குரல்' ~ ஜெயராணிக்கு..

POETICAL QUOTATIONS.

Half of the ills we hoard within our hearts,
Are ills because we hoard them.
—PROCTOR's *Miranduola*.

We look before and after,
And pine for what is not;
Our sincerest laughter
With some pain is fraught.—SHELLEY.

Thine is a grief that wastes the heart,
Like mildew on a tulip's dyes—
When hope, defam'd but to depart,
Loses its smiles but keeps its sighs.
—M

Guilt.

God hath yok'd to guilt
Her pale tormentor—misery.—
O what a state is guilt! how wild!
When apprehension can form
And we distrust security herself.

Hand.

In whose comparison,
Writing their own rep
The cygnet's down i
Hard as the palm

I love a h
With gra

Happiness.

O how
Into h

Beware
All jo
Who
Fo

Hate.

Heart.

The heart is like the sky a part of heaven,
But changes, night and day, too, like the sky;
Now o'er it clouds and thunder must be driven,
And darkness and destruction, as on high ;
But when it hath been scorch'd, and pierc'd, and riven,
Its storms expire in water-drops ; the eye
at last, the heart's blood turned to tears.
—BYRON

ch soon passes from the face,
ney from the mind depart !
ymmetry, its grace,
ory o'er the heart.
—MRS. DRAPER.

A young 's heart
rich soil, wherein lie many gems
y the cunning hand of nature there
forth blossoms in their fittest season
gh the love of home first breaks the
embracing tendrils clasping it
ctions strong and wa
one fades, as sum
the gentle budding
LER.

Home.

, of joy, of pea
orting and sup
clear relations

At length his lonely cot in view,
eneath the shelter of god tree ;
expectant wee, toddin stacher through
eet their a' fluttering noise and glee ;
o blinkin bonnilie,
arth-stane, his thrifty wife's smile,
ng infant prattling on his knee,
Does a' his weary kiaugh and care beguile,
And makes him quite forget his labor and his toil.
—BURNS' *Cotter's Saturday Night*.

ans o'er his humble gate and thinks the while—
that for me some home like this would smile,
amlet shade, to yield my sickly form,
Health in the breeze, and shelter in the storm.
—CAMPBELL's *Pleasures of Hope*

'Tis sweet to hear the watch-dog's honest bark,
deep-mouth'd welcome as we draw near home,
sweet to know there is an eye will mark
oming, and look brighter when we come. BYRON
O, it was pitif'al !
Near a whole city full,
Home she had none.—THOMAS HOOD.

thou wilt dream the world is fair,
spirit will sigh to roam,
wad go ;—but never, when there,
Forget the light of home.—MRS. HALE.

சிறிய தோட்டா

கடைசி மாவில் ஒரு குட்டி தோசை
குழந்தைக்கென
தைத்து மிஞ்சிய சிறு துணியில் குட்டி கீழாடை அவளுக்கு
உள்நாட்டுப் போரின் போது
அரசின் ஆயுதத் தொழிற்சாலைகளில்
மிஞ்சிய கடைசி உலோகத்தை வீணாக்காமல் ஒரு சிறிய
தோட்டா
குழந்தையின் உடலுக்கென

ஏழாம் நூற்றாண்டின் குதிரைகள்

10

பனிப்பாலை

.....பின்
27வெள்ளைக் குதிரைகளும்
பனிப்பாலைக்குள் ஓடி ஒளிந்து கொண்டன.
ஓலமாய் வீசும் கொடும் பனிக்காற்றில்
கனைக்கின்றன அவை.
இதுவரை உண்டறியா
வெள்ளைப் புற்கள்.
பாலை உருகி வழிகையில்
ஜலம் கழித்து, எச்சில் ஒழுக்கி...
பெருங்கோடையது.
குதிரைகள் உருகி உருகி
உருவழிந்து பிரம்மபுத்திராவிற்குள் வழிய
கரையில் 27X4 = 108 துருப்பிடித்த லாடங்கள்.

சூரியச்சாறு 11

சூரியனின் ஆரஞ்சு நிறத்தைப்பற்றி
பேசிக் கொண்டிருக்கும் போதே
உரித்து அதன் சுளைகளைப் பங்கிட்டுக் கொடுத்தாய்.
அதன் எலுமிச்சை நிறத்தைப் பற்றி ஒரு நாள்...
அதன் சாறு ததும்பத் ததும்ப
இரு கண்ணாடி தம்ளர்களில் வந்தன.
தாங்கவொண்ணா புளிப்பு
கொஞ்சம் உப்பிட்டுக் கொள்ளலாம் நண்பா...
விரைந்து அங்கே பார்
இரு மலைகளின் நடுவே மறையும் சூரியன்
ஒரு "பீட்சா" துண்டைப் போலுள்ளது.
ஏன் இன்று ஒரு இந்திய சூரியன்
இந்திய ஆயிரம்ரூபாய் தாளைப் போல் இருக்க கூடாது நண்பா.
இந்த முறை
உன் காதலி சூரியனைப் போல் எவ்வளவு பிரகாசமாய்
இருக்கிறாள்
இல்லையா நண்பா.

12

காதை மூடிக்கொள்

இம்மலையை டெண்டர் எடுத்த குவாரிக்காரன்.
ஜெலட்டின் குச்சி; கரி மருந்து; அழுத்துவிசை
காதை மூடிக்கொள்.
பலத்த ஓசை பொடி பொடிந்து...
மூன்றாம் நூற்றாண்டுச் சமணப் படுக்கையது.
புடைப்பு சிற்பத்தின் கையில் கூம்புத் தாமரையை
சுமந்து நிற்கும் ரூப சுந்தரி
கை தனியாய்; மலர் தனியாய்; மார்பு தனியாய் - யெல்லாம்
இந்நூற்றாண்டின் ஜெலட்டின் குண்டு வெடித்து.
குவாரி லாரிகளில் ஏற்றப்பட்டு
அவள் பிருஷ்டமும் மார்பும் சமதளமாக்கப்பட்டு
வழவழப்பாக்கப்படும்.
இந்நகரெங்கிலும் வீற்றிருக்கும் அரசு பூங்காக்களின்
கற்பெஞ்சுகளில்
ஜோடிஜோடியாய் வந்தமர்கின்றன. புடைத்த பிருஷ்டங்கள்.

பறவை

"ஒரு பறவை" - இதற்கு முன்
யாருமதைப் பார்த்திலர்.
வேட்டையாடிகள் யாருமதை வேட்டையாடிலர்.
நிறம்: பெயரறிந்திலர்.
முட்டை இடுமா? - தெரிந்திலர்.
எப்போதுமது அவன் வலக்கையிலிருக்கும் - பச்சைகுத்தப்பட்டு.

அவன் கையை ஆட்டிஆட்டிப் பேசும் போது அது பறக்கும்.
ஓய்வாய் தொங்கவிட்டால் சும்மா கிடக்கும்.
அவன் கையால் அள்ளி அள்ளி உண்ணும்.
சொம்பில் நீர் வாங்கி அருந்தும்.
அயர்ச்சியில் தலைக்குத் தோதாய் கையை மடித்து வைத்து
உறங்கும்.

47 முறை

"நீண்ட கழுத்திற்கும் உடலுக்குமிடையே தொடர்பறுந்த ஆணுடல்"
-

இவ்வோவியத்தை வரைய
கிட்டத்தட்ட 47 முறை துருவேறிய கத்தியால்
கழுத்திற்கும்
உடலுக்குமிடையே
நேர்கோடிட வேண்டியிருந்தது. யென்னை.

தைலவர்ண கரம்

தைலவர்ணங்களால் யாதொன்றும் வரையப்படா குகை
அருகில் எல்லாமும் வரையப்பட்ட குகை
என்றாலும்
வரையப்பட்ட குகை யாவற்றிலும் முக்கியத்துவம் கொள்கிறது.
ஆராய்ச்சியாளர்கள் முன், பார்வையாளர்கள் முன்,
அவர்களின் புகைப்படக் கருவிகள் முன்
வரையப்பபடா குகையும் எல்லாமும் பெற வேண்டி
அதில் யாவற்றையும் துடைத்தழித்த
தைலவர்ண கரமொன்றை மட்டும் வரைந்து வைத்தேன்.

எப்படியும் இறக்கப் போகிறாய்

எப்படியும் இறக்கப் போகிறாய்.
ரயிலில் உடலை சிதைய மற்றும் நறுங்கக் கொடுத்து.
5600 கந்தக இழுசக்தி திறன் புல்லட் ரயிலது.
சில தப்படி முன்னால் ரயில் தனது ஹிருதயத்தில் சுமந்த
இயந்திரத்தின் இழுவை கோளாறால் பெருமூச்சிட்டு நிற்கிறது.
சரி செய்யும் பொறியாளனுக்கு தகவல் சொல்லியாயிற்று.
ஆங்கில வழி பாடசாலையில்
3வது படிக்கிறானவன். இன்னும் யேழு அறுவடை மிச்சமிருக்க
அந்நிலத்தையும் அதன் மனிதர்களையும் கையகப்படுத்துமிந்த
அரசு.
கரும் பாதை அமைக்கவென.

எப்படியும் இறக்கப் போகிறாய்.
இறக்குமதி செய்யப்பட்ட நைலான் கயிற்றில் கழுத்தை
சுருக்கிட்டு.
உன் வட்ட சுருக்கின் அளவும், தளத்தில் உன் கால்
பாவாமலிருக்கும்படிக்கு...
கயிற்றின் அளவு வால்மார்ட் நிறுவனத்திற்கு நேர்த்தியாக
மின்னஞ்சல் செய்தாகிவிட்டது.
கால் ஏறி நின்று பின் உலகத்தை நினைத்து நீ கணமேனும்
அதிராமல் உன் இடது கால் உதைத்து விடும் நாற்காலியும் தான்.
மேலதிகத் தகவலுக்காய் முற்றல் பலா மரத்தில் விலையுயர்ந்த
ஓவியனால் தீட்டப்பட்ட ஓவியத்தைத் தாங்கியபடி தன்
இருப்பை மரத்துண்டென இருக்கிறது. அதன் மேல் இருக்கும்
கனக்கும் ஓவியத்தில் வழியும் சிவப்பு கொஞ்சம் அடர்த்தி
கூடியது தான்
நண்பனே.

நரன்

எப்படியும் இறக்கப் போகிறாய்.
பாழ்கிணறொன்றில் விழுந்து. விதைப்பும் அறுவடையும்
தாலியற்றுப் போன பாழ்வெளி வடமூலை.
குச்சியை சுழற்றி 370அடி ஆழத்தில் நீரோட்டமிருக்கிறதென
அறிபவர். நகரச் சொல்கிறார். கிணற்றின் மேல் நிற்காதே.
வறண்ட மண்மீது தானே நிற்கிறேன்.
ஓ.... இது இன்னும் வெட்டப்படாத கிணறு
பாதத்தில் மண் வெடித்த உழவனே கலப்பையைக் கழு
முனையாக
(நேர் குத்தாக) வைத்துவிட்டு
வரிசையில் நில். விழுந்து தற்கொலை செய்ய.
எப்படியும் இறக்கப் போகிறாய். வரிசையில் நில்.
ஒழுங்கு அற்புதமானதென
நான் சொல்லி உனக்குத் தெரிய வேண்டியதில்லை.

ஏழாம் நூற்றாண்டின் குதிரைகள்

உப்பு வயல்

உப்பு வயலில் நடக்கிறாளவள். உமணத்தி
பாதத்தில் உப்புக்கல் கீறிக் கீறி உப்பங்குருதி
கண்களில் வழிகிறது உவர்ப்பு.
உப்புடலாள்.
அவள் ஈன்ற உப்புக் குழந்தை அமர்ந்திருக்கிறது
உப்புப்பாத்தியின் நடுவே.
முன்பு அது அவளின் உப்பு யோனியின் துவாரத்தின் வழியே
நழுவி களைந்து விழுந்தது. இவ்வுப்பு வயலில்
அன்று தன் உப்பு மார்பிலிருந்தே அரு மருந்தூட்டினாள்.
பின் தவழ்ந்து
தவழ்ந்து வயலின் கரையிலமர்ந்து
வெண்மை நிற விழுதுண்ணும் கிருஷ்ணனை யொத்து
இரு கையிலும் வயலை அள்ளி வாயெங்கிலும் திணித்தது.
இப்போது வளர்ந்த குழந்தையாதலால் உப்பு சுவை ரொட்டியை

உண்கிறது.

இப்படியாக இருக்கமுடியும் நண்பர்களே
அது
அவன் இவன் உவன்
அவள் இவள் உவள்.

நரன்

"ஷு"

காலையில் விடைபெறும் போது மனைவியின்
உதட்டைக் கவ்வி அவள் நாவை என் எச்சிலால்
ஈரப்படுத்துவேன்.
- பதிலீடாய் அவளும் -
தினமும் அலுவலகம் வந்ததும்
என் எஜமானனின் "லீ கூப்பர்" கால் பதாகைகளை (ஷு)
நாவால் நக்கி சுத்தப்படுத்துவேன்.

-

மனைவியின் நாவால் வலதுகால் "ஷு" சுத்தமாச்சு.

ஓநாய் ஹிருதயம்

ஆட்டுத்தோல் போர்த்தி அதன் கூட்டத்திற்குள்ளேயே
புகுந்து விட்ட ஓநாய் அருகில் புல் உண்ணும் ஆட்டின்
         ஹிருதயத்தைக் கவ்வுகிறது.
பதிலுக்கு ஆடுகளும் ஓநாய்த்தோல் போர்த்தி அதன்
கூட்டத்திற்குள்ளேயே புகுந்து...
குனிந்து
அங்கேயும் புற்கள் தான் உண்டன.
-அருகிலிருக்கும் ஓநாய் மற்றொரு ஆட்டின் மற்றொரு
            ஹிருதயத்தைக் கவ்வுகிறது -

நரன்

ஆப்பிள் விதைகளை விழுங்கியவள்

என் எதிரில் நின்று அவளொரு ஆப்பிளைக் கடிக்கிறாள்.
அவள் உதடுகள் மறைந்து இப்போது ஆப்பிள் மட்டுமே.
அரை ஆப்பிளைந் தின்று உதட்டின் இரு ஓரங்களையும்
மீட்டு விட்டாளவள்.
ஆப்பிளோடு அதன் இரு விதைகளையும் விழுங்கியவள்
இரு ஆப்பிள் மரங்களை விழுங்கிய குற்றவாளியானாள்.
அவளின் குட்டி வளர்ப்பு நாயைக் கொஞ்சுகிறாள்.
இப்போது முகமிருந்தயிடத்தில் பிருஷ்டத்தில் சுழலும் வால்.

பேரம் படியாதபோது

22

1

திறமையான சவரக் கலைஞனொருவன் .
கண்ணாடியிலிருக்கும்
என் முகத்திற்கு சவரம் செய்துவிடுகிறான்.

2

சந்தையில் வளர்ப்புப் பிராணியை
விற்க வரும் வியாபாரியொருவன் அதன் தலையை ஆட்ட
வைத்து அதன் சம்மதத்தோடுதான் விற்பதாய் சொல்கிறான்.
- பேரம் படியாதபோது -
திறமையான தரகனொருவன் அப்பிராணியை வாங்க
இசைந்ததாய் அயல்நாட்டுப் பெருந்தனக்காரரொருவரின்
இ-மெயிலை பிரிண்ட் செய்து காட்டுகிறான் .
- பேரம் படிந்தது -

3.

தேர்ந்த லாடக்காரனொருவன்
குதிரை அதன் தளத்தில் ஓடிக் கொண்டிருக்கும் போதே
அதன் நான்கு கால்களுக்கும் பொருந்தும் சரியான முக்கால்
நீள் வட்ட லாடங்களைத் தேர்ந்தெடுத்து பொருத்தி விடுகிறான்.

மிகப்பெரிய மலைப் பாம்பொன்றை வரைந்தேனா
அயர்ச்சியில் அதன் மேலேயே படுத்துறங்கி விட்டேன்.

மாயநிலம்

24

பிளந்த முந்திரிக் கொட்டை யோனி யென்றானது.
பொரிந்த சீனியவரை வற்றலில்
முதலையின் முதுகுத்தொலி.

மேஜிக்ரியலிசம்.
குளக்கரையில் கரங்களை இழக்கத்தான் வேண்டுமவன்
முதலையின் வாயில் கரமொன்று பிறக்க
மரத்தடியில் விரிந்த நிலையிலிருந்த புத்தகத்திலிருக்கும்
புலியென்ற சொல்
இவ்வயலில் மேயும் ரிஷபங்களைக் கொன்றிருக்காது.
டொப்.
அம்மானின் மேல் மேலுமொரு புள்ளியொன்று பிறக்கிறது
நாட்டுத்துப்பாக்கியின் 303 (7.7மி மீ) ரவையது.
இத்தாது வருடத்தில் உன் மரக்குதிரையை லாயத்தில் கட்டு.
விதைக்காத வயலின் அறுவடையை உண்டு கொழுக்கிறதது.
மாயநிலமிது எருதுகளின் 37 நாக்குகளில்
ஒன்றும் தீண்டவில்லை அப்பச்சைவயலை
மேலெழும்பிப் பறக்கின்றது ஆயிரமாயிரம் பச்சை
வெட்டுக்கிளிகள்.

ஜோடி ரிஷபங்கள் 25

ஜோடி ரிஷபங்கள்; ஏரோட்டி யொருவன் உழுவையோடு
அந்நீள் சதுரவெளியைக் கிளர்த்திக்கிளர்த்தி
புதிர் வட்டப் பாதையை வரைகிறானவன்.
காட்டுப் பறவைகள் கொஞ்சம்
மேலெழும்பும் பழைய தான்யங்களை வுண்ணவென.
கவணில் யிழுத்து சிறுவர்கள் அதன்மேல்
இறுக்கத்தை, நிறத்தை, கோடுகளை யெறிகிறார்கள்.
பறவைகள் நிலத்தில் கீச்சொலிகளை விட்டு விட்டு பறக்கின்றன.
விதை தானியங்களோடு
தத்தம் கால்களையும் சேற்றுக்குள் அழுத்தியிருக்கிறார்கள்
நடவுப் பெண்டிர்.
வயலுக்குள் வயலுக்குள் ....குள் வயல்
யெல்லாம் ஒற்றை ஆதி நெல்லிலிருந்து
அறுவடை வயல்; கதிர் அருவாள்
கூலிக்கு அறுப்புக்கு வந்தவர்கள்
தத்தம் கால்களையும் அறுத்தெடுத்துக் கிளம்பினர். ஞாபகமாய்

ஆறு கால்கள்

நீருடல்
நிறை கோடை காலமல்லவா
உடல் ஆவியாகி...
பசிக்கெனத்துலாவி நத்தையோட்டில்
சுழல் வட்டப்பாதையின் மையம் வரை சென்று திரும்பும்
செவ்வெறும்பு.
திரும்பும் போதா பார்க்க வேண்டுமதை
நத்தைக் கூட்டெறும்பு: மாயாவிநோதம்
அன்று தன்னை புணரக்கொடுத்த பசுவிற்கு ஆறு கால்கள்.

நரன்

குளிர்ந்த சூரியன்

சிறுமி வரைகிறாள்.
சுழியம்.
சுற்றிலும் எட்டுக்கோடுகள்
எட்டுக்காலியது
சூரியனெனவும் கொள்.
வரைந்து முடித்து யெட்டாண்டுகள்
அப்பருவப்பெண் வரைகிறாள்.
வட்ட முகம்
இரு வட்ட மார்புகள்
0
0 0
தன்னை வரைந்துவிட்டாளவள். உத்தேசித்து
யெட்டாண்டுகள் பழைய
எட்டுக்காலியது
நகர்ந்து நகர்ந்து
தொடையிடுக்கில்.
இப்போததைக் குளிர்ந்த சூரியனெனவும் கொள்.

28

ராணித் தேனி

இந்நிலத்தில்
தம்மைத்தாமே விதைத்துக் கொண்ட பெண் தரு அது.
முதிர் பெண்ணின் மாரென அதில் 7 தேனடைகள்.
7 மார்பெனவும் கொள்ள
இருளன் அதிலொன்றை அறுத்தெடுத்துப் போகிறான்.
வீட்டில் ஒற்றை மார்போடொருத்தி.
புற்றால் அறுத்தெறியப்பட்டு
மார்பிருந்தயிடத்தில் மகா சூன்யம்
இருப்பிலிருக்கும் சூரணத்தை 3 மண்டலம்

அத்தருவின் மாரோடு கலந்தருந்த
மிச்சமிருக்கும் ஒற்றை மார்பின் நடுவே ராணித் தேனியொன்று.
தருவென ஆகிறாள்

வாருங்கள் புழுக்களே

இறந்த உடலை அரித்துண்ணும் லட்சோபலட்சம்
புழுக்களின் நடுவே
நீத்த தன்னுடலைச் செருகியிருக்கும் குதிரை.
எவ்வளவு நுட்பமான செருகல் அது...
அகன்று திறந்த அதன் கடை வாயினுள்
நெளியும் ஆயிரக்கணக்கான புழுக்கள்.
குதிரையின் வாய் இப்போது எதற்காக திறந்து மூடுகிறது ?
இப்போது அருகில்
அதன் இணை குதிரையும் துவண்டு பூமி அதிர விழுகிறது.
தரையில்.
அதை
துளை விழுந்த ஒற்றைக் கண்ணிலிருந்து பார்க்கின்றன ஓராயிரம்
புழுக்கள்.
ஒரு குட்டிப் புழு இறங்கிப் போய் இப்போது விழுந்த
குதிரையின் மூக்கின் அருகே
தன் கரத்தை கொண்டுபோய்க் கொண்டிருக்கிறது.
"வாருங்கள் புழுக்களே"....

நரன் ⊃

வார்த்தையைச் சுரக்கும் கிணறு

வீட்டில் வழுக்கி விழுந்தாள். அம்மா
வீடாய் எழுப்பப்படும் 47ஆண்டுகளுக்கு முன்
இவ்வீடு நீரென்ற வார்த்தையைச் சுரக்கும்
கிணறாயிருந்தது.
9வயது குழந்தையைத் தூக்கியபடி
நீர் சொட்டச் சொட்ட
மேலேறினார் அப்பா. 13 வயதுக்காரராய்
அருகில் அம்மாவின் அப்பா, அம்மா மிக
இளவயதுக்காரர்களாய் தெரிந்தார்கள்.

எறும்புத் தின்னிகள்

உறிஞ்சானில் கருமையிழுத்து
எழுதுகோலில் நிரப்பி எண்ணூற்றி சொச்சம்
கருயெறும்புகளை வரைந்தேன். வெள்ளைத் தாளில்
உறிஞ்சானில் செம்மையிழுத்து
முன்னூத்திசொச்சம் செவ்வெறும்புகள்.
-அவளின் வெள்ளைக் காகிதம் தான் வேண்டுமாம்-
எழுத மறுக்கும் எழுதுகோலில் மிச்சமிருக்கும் 7 சொட்டில்
உதறி... உதறி மும்மூன்று சொட்டில்
இரு எறும்புத் தின்னிகள்.
-
ஒரு மூன்று சொட்டிலாவது
"இனிப்பு" யென எழுதியிருக்கலாம்.

நரன் ↻

யாரேனும் வருகிறார்களாவென

"ஷீ" விழுங்கி விட்டது
எனது காலை
உடைகள் எனது உடலை
இரவு சப்பாத்துக்களற்ற கால் மட்டும் தனியே மாடிப்படியேறிக்
கொண்டிருக்கிறது
கை மட்டும் தோசையை கருகாமல் திருப்பிப் போட்டுக்
கொண்டிருக்கிறது.
உதடுகள் அருகிலிருக்கும் உதட்டுக்குள் பொருந்தியபடி
இருக்கும்
- யோனியின் உதடுகளும்தான் -
நடுவே உடலெங்கே ?
யாருடைய கரங்களுக்குள்ளாவது நுழைந்து
இறுகத் தன்னை அணைத்துக் கொண்டிருக்கும்.
கண்கள் ?
நான்கு திசைகளிலும் யாரேனும் வருகிறார்களாவென
பார்ப்பதாரு?

ஏழாம் நூற்றாண்டின் குதிரைகள்

கைகளால் பார்த்தேன்

அப்போது -
என் கழுத்தை என் கைகளால் நெரித்துக் கொண்டிருப்பதை
நான் கண்ணாடியில் பார்த்தேன்.
-அப்போது -
கண்ணாடியை என் கழுத்தால் நெரித்துக் கொண்டிருப்பதை
நான் கைகளால் பார்த்தேன்.
-அப்போது -
என் கைகளைக் கண்ணாடியால் நெரித்துக் கொண்டிருப்பதை
நான் கழுத்தால் பார்த்தேன்.
கண்ணாடி நெரிந்து
கழுத்து பிதுங்கி
கைகள் நொறுங்கி
கண்கள் உடைந்தது.

ஏழாம் நூற்றாண்டின் குதிரைகள்

பசியோடிருக்கும் கரையான்கள்

நான்கு கோடிட்டு அதிலிரு கருயெறும்புகளை விட்டு
அதன் நகர்தலை இசைக் குறிப்பாக்கினேன்
மது விடுதியொன்றில் தரையில் கோடிட்டு
ஊறும் அரவமொன்றை விட்டு கிதாரை முடுக்கினேன்.
மழை நாளொன்றின் ஈர மண்ணில் கோடு வகிழ்ந்து
பிசு பிசுக்கும் நத்தைகளின் நகர்தலை...
கோட்டின் நடுவே காதலியின் நிர்வாண உடலை மலர்த்தி
கம்பி அதிர அதிர இசைத்தேன்
இசைப் பித்தாகி ஹிப்பியொருவள்
யாதொரு அசைவுமற்ற இறந்த தன் குழந்தையின் வுடலைக்
கிடத்தி
அதன் அசைவை இசைக்கச் சொல்லி கதறுகிறாள்.

கையளவு பசியோடிருக்கும் பெருங்கரையான்களை
                      அள்ளி விட்டேன் -கோட்டில்
(முன்பொரு முறை இதே கரையான்களை வரலாற்றுப்
புத்தகத்தில் விட்டிருக்கிறேன். அவை அதில் யானைகளையும்
குதிரைகளையும் தின்றழித்தபின் அசோகர் வெட்டிய
குளமெங்கிலும் இறங்கி நீரைக் குடித்தழித்தன)
- இப்போதவை
கோடுகளை, கிடத்தப்பட்டக் குழந்தையை, கிதாரை,
அதை சொடுக்கும் என் விரல்களை,......
கிடத்தியவளின் உதடுகளை நெருங்கி விட்டன.
அங்கே பாருங்கள். சில கரையான்கள் அவள் உதட்டிலிருந்து
அழுகையை மட்டும் தனியே பிரித்துப் போய் உண்டு
                             கொண்டிருகின்றன.

நரன் ⊃

மரமேறத் தெரியாதெனச் சொன்னவன்

மரமேறத் தெரியாதெனச் சொன்னவன்
தான்
மர நாற்காலி மேலேறி அமர்ந்திருப்பவன்.

கையூன்ற ஒரு மேஜை இல்லை - என
அவன் பாட்டன் யோசித்த பொழுது கண்ணெதிரே -
தெரிந்ததொரு
"தேவதரு".

உருட்டு மரத்தை அறுத்த பொழுது
மரத்தேரையின் வயிற்றைச் சமபங்கிற்கும் குறையாது
இரு அரைவட்டமாக்கினர்.

கண்டுணர்ந்த
தச்சர் நீள் சதுரப் பலகையைக் கண்டடெடுத்த பொழுது
மரத்தேரையின் உடலும் நீள் சதுரமாகியிருந்தது.
செதுக்கிய நான்கு மரக்கால்களுக்கும்
கூர் மர ஆணி அடித்தார்.
தச்சர்

தேரைக்கா? மேஜைக்கா?

மரத்தேரைநிறத்தில் - "வார்நிஷ்"
தேரையைத் தலை கீழ் கவிழ்த்திய அடி வயிற்று வழவழப்பு -
மேஜை என்றானது
மரமேறத் தெரியாதெனச் சொன்னவன்
ஏறி அமர்கிறான்
கூர் ரம்பக் கால்களோடு

வெட்டுக்கிளிகள் அஞ்சுவதில்லை

38 எவ்வளவு பனி நிறைந்திருக்கிறது - முழங்காலளவு.
துப்பாக்கி வெடிக்கும் சப்தம் கேட்டவுடன்தான்
அவ்வளவு கொக்குகளும் கலைந்தன. அதிலிருந்து.
உறங்கும் ஏழு வெள்ளை முயல்களின் பத்திரிக்கைச் சித்திரம்
வெளியாகியிருந்தது அதில்
தலை - கால் வெட்டப்பட்ட ஆனால் அங்கியணிந்த ஒரு
பாதிரி.
முக்கோண உப்பளங்கள்.

ஒன்றின் மேலொன்றாய் 217 ''ப்ராய்லர் கோழிகள்.''
அதனருகில் வேறொரு வெற்றுப் பக்கம்
இரவு பேயாய் நடமாடியவளின் கலைத்துப் போட்ட வெண்துகில்
அதை நீக்கிப் பார்த்தால் வதை முகாமில்
இடைவெளி இன்றி அடுக்கப்பட்ட யேழாயிரத்து பதினோரு
குழந்தைகளின்
எலும்புத் துண்டங்கள்
அதன் மேல் மூன்று பச்சை வெட்டுக்கிளிகள் எழுதப்பட்டோ,
வரையப்பட்டோ,
உயிருடன், நிறுத்தப்பட்டோ அல்லது வகைக்கொன்றாய்...

வெள்ளை நிற வெட்டுக்கிளிகள் எதற்கும் அஞ்சுவதில்லை.

27வயதின் மேல்

மூடிய கர்ப்ப நிற மண்ணின் அடியாழத்தில் நதியோடிக்
கொண்டிருக்கிறது
எண்ணிக்கையில் ஐந்து பெண்களிருக்கும் அறையில்
கர்ப்பவதி இரண்டு யோனியோடிருக்கிறாள்.
சமவெளியின் ஒரு முனையிலமர்ந்து பறவை எச்சமிடக்
காத்திருக்கிறது.
விழும் விதை- பெருவனத்தைக் கொணரும்
மணலில் வெட்டி எடுக்கப்படும் இரும்புத் தாதுவிலிருந்து ஒரு
கொலைக் கருவி.
பிறந்ததிலிருந்து மறைந்து
மறைந்து அவனின் 27வயதின் மேல் செவ்வனே விழுந்தது
அக்கொலைப்பழி.

ஏழாம் நூற்றாண்டின் குதிரைகள்

நரன் ⊃

ஓவியத்திலிருக்கும் பெண்

சுவரில் தொங்கும் பெண்ணின் ஓவியம் 19-ம்
நூற்றாண்டினுடையது.
அதன் கீழே மர மேசையொன்று
அதன் மேலொரு மதுப்போத்தல்.
அதுவும் 19-ம் நூற்றாண்டினுடையது.
சம வயதென ஓவியத்திலிருக்கும் பெண்
தன் உதட்டோடு மதுப்போத்தலின் உதட்டைப் பொருத்தி உறிஞ்
சக்கூடும்.
(நான் அறிந்து போத்தலின் மூடியைத் திறக்காமலே
மதுவருந்தக்கூடிய திறனாளியவள்)

துடைத்தழிக்க வேண்டும். அவளின் உதட்டை
துடைப்பானை எங்கே ?
திறப்பானை எங்கே ?

ஏழாம் நூற்றாண்டின் குதிரைகள்

கனவு தானே நண்பா...

நான் யோக்கியன்
எந்த நிலமுமில்லையெனக்கு.
வயலுமில்லை; கலப்பையில்லை; அறுவடையுமில்லை
நிறைந்த கோதுமை வயலைக் கனவு காணவென அண்டை
வீட்டானிடம் கடன் கேட்கிறேன்.
என் ஆநிரைகள் அதில் மேய்ந்து கொண்டிருக்கும் சித்திரத்தை
அவனிடம் ஒப்புதல் வாங்கி விட்டேன்.
ஏனெனில் நான் கனகம்பீரத்திற்கும் சற்றே ஏறக்குறைய
யோக்கியன்

அவனின் மனையாள் கையில் தூக்கோடு வயலுக்கு வருகிறாள்.
வழிமறித்து
என் சாயலோடு ஒரு குழந்தையை ஈன்று தரும்படிக்கு
கனவு தானே நண்பா...
ஒப்புதல் வழங்கி விட்டானவன்
எங்கே? அந்தக் குழந்தைக்கு நல்ல பெயரிடு பார்க்கலாம்.
அறுவடை நாளில் தானியங்களை ஏற்றிக் கொள்ள உன்
வண்டியை இரவல் தர முடியுமா?
முதிர் பயிரை அறுத்து தானிய மூடைகளை எவ்வளவு அழகாய்
அடுக்கி வரிசைப்படுத்தியிருக்கிறாய்...
இரண்டாம் உலகப்போரில் வெட்டப்பட்ட தலைகளைப் போல
நீயேன்? என்னிடம் பணியாளாய் சேரக் கூடாது...
என் அண்டை வீட்டானே.

இங்கே

ஊசியில் நூலிட்டு வலிக்க வலிக்க தைக்கப்பட்ட செம்பவள
உதடுகள்
அதன் மேல்
நகரத்தின் அதிசிறந்த தையல் கலைஞரொருவரால் பூ
வேலைப்பாடு
கண்கள் தோண்டப்பட்ட பெரும் பள்ளத்தை
"ரே -பான்" கருங்கண்ணாடிகள் மறைக்கும்.
பாதம் துண்டிக்கப்பட்ட கால்களில் நைகி சப்பாத்துகள்
உடலெங்கிலுமிருக்கிற சவுக்கடி விளாறுகளை
மறைக்கவென "ரீ போக்" ஆயத்த ஆடைகள்

அரசு அறிவித்திருந்தது
எம்
மக்கள் உயர்ந்த வாழ்க்கையை வாழ்கிறார்கள். இங்கே.

ஏழாம் நூற்றாண்டின் குதிரைகள்

நரன் ⊃

சிலர் பாடிக்கொண்டிருந்தனர்

கொஞ்சம் நீரை வரைய முடியுமென்பதால்
வளர்ப்புப் பிராணியை அவ்வோவியனிடம்
பாதுகாக்கவெனக் கொடுத்துச் சென்றேன்.

சிறந்த கவிஞனவன். (சோதித்துப் பார்த்திருக்கிறேன்)
ஒரு முறை புலியென்று எழுதினான். ஏட்டில்
புலியொன்று மஞ்சள் நிறப் பற்கள் தெரிய
வந்தமர்ந்தததில்.

இந்நாட்டின் வளம் பற்றிய சிலேடையொன்றைப் பாடி
மன்னரிடம் பரிசில் பெறவிருப்பதை அறிந்து
நிச்சயம் அப்பாடலில் நெல்லென்ற வார்த்தை வந்து விழுமென்ற
நம்பிக்கையில்
பாதவிரல்களில் நகங்கள் முளைக்காத
குழந்தைகளைக் கவிஞனிடம் ஒப்படைத்துச் சென்றேன்.

இவ்வண்ணமே
மனையாளை சிற்பியொருவரிடம் (கல் தச்சர்)
தேர்ந்த இல்லாளாய் அவளைச் செதுக்குவாரென நம்பி

மண்ணால் கொழுவிய இவ்வீட்டை கொத்தரிடமும்
உலுத்த மர மேசையை தச்சரிடமும்
பிடியகன்ற குலவழி வாளை பதங்காண
கொல்லரிடமும்

வாள் மேஜையை விறகாக்கும்
உளி கொலைக்கருவியாகலாம்
குழந்தைகள் விளையாட விலங்கெலும்புகள்
வீடு திரும்பும் பாதையில் சிலர் பாடிக்கொண்டிருந்தனர்.

மூன்று ஆணிகள்

தேவாலயத்தில் வேலை செய்யும் தச்சரொருவர்
அவர் கையிலொரு சுத்தியலும்; கொஞ்சம் மர ஆணிகளுமாய்
சிலுவையில் தொங்கும் இயேசுவை பரபாஸைப் போல
நிம்மதிப் பெருமூச்சுடன் நோக்குகிறாரவர்.
எல்லோர் முன்னிலையிலும் புனித வியாழனன்று தச்சனின்
கன்னத்தில் முத்தமிட்டு காட்டிக் கொடுத்தார்.
பாதிரி.

நானில்லை நானில்லை யெனப் பதறியோடி
முகம் கோபமாய் தச்சர் 2013ஆண்டுகள் பழைய அம் மூன்று
ஆணிகளைப் பிடுங்க வேண்டி குறடை கையிலெடுக்கிறார்
பாதிரி மறுத்து விட்டார்.
கிறிஸ்தவத்தின் தலை கீழ் முக்கோணத்தில் செருகப்பட்டிருந்தன
துருவேறா அவ் ஆணிகள்.

காலுறைகள்; காலணிகள்; ஹிருதயங்கள்

பதினான்காயிரம் கையுடையாள்
அவளிடம் பதினான்காயிரம் வெள்ளை உடுப்புகள்;
காலுறைகள்; காலணிகள்; ஹிருதயங்கள்
பதினான்காயிரத்து ஒன்றாய் ரோகியொருவன் உருவாகும்
பொழுது
அவளும் பதினான்காயிரத்தொன்றாகிறாள்.
யாரேனும் ஒருவர் சொஸ்தப்பட்டோ;
அல்லது நோய் முற்றியோ
கருப்பு வண்டியில் இல்லம் திரும்பும் போதோ அவள்
13999-ஆகிறாள்.
எல்லோர்க்கும் ஊட்டுகிறாள். துடைத்தெடுக்கிறாள்.
மருந்திட்டுக் கண்ணீரும் சிந்துகிறாள்
கழுத்து வரை போர்த்தி விளக்கை ஊதியணைக்கிறாள்
நேர்த்தியான இரவு உருவாகவும் செய்கிறது

உபரியென யெதுவுமில்லை அவளிடம்.
சில ரொட்டித் துண்டுகள்; சில வெண் பஞ்சுகள்;
சில காடாத்துணிகள்.

48

ஒரு நாளில்லாது ஒரு நாள்

கயிற்றைச் சுண்டும் பொழுது;
தேவாலயத்தின் வெண்கலமணி தன்னை முன்னும் பின்னுமாய்
நக்கிக் கொள்ளும் பொழுது
நீண்டடடடடடவொலி பிறக்கிறது.
தொலைதூரத்தி லிருந்து; தொலைதூரத்தின் தூரத்திலிருந்து;
தூரத்தின் அருகாமை
வீட்டிலிருந்து முக்காடிட்டு உள்ளே நுழைபவர்கள்
முழந்தாளிட்டு ஜெபமாலையை உருட்டுகிறார்கள்
முந்தைய நாளின் மிச்ச பாவங்களை ஒப்புக்கொடுக்கிறார்கள்
முந்தைய நாளின் மிச்ச கண்ணீரைச் சிந்துகிறார்கள்
பின் வெளியேறி இந்நாளின் பாவங்களைச் செய்யவெனக்
கிளம்பி.....

பாருங்கள். ஒரு நாளில்லாது ஒரு நாள்
தேவாலயத்தின் வெண்கல மணியின் நாவறுந்து விழும்
பொழுது......

நிறவேட்டை

எதிரே
பச்சை, அடர் குறை மஞ்சள்; கருஞ்சாம்பல்;
கபில நிறத்து மரங்கள்
செந்நிற மணற்பரப்பில் நிற்கிறோம்.
எங்கள் கையிலிருந்து நீளும் கயிற்றின் நுனியில்
செம்மணல் நிற வேட்டை நாய்கள்
இச் செம்மணல் பரப்பின் மீது
பச்சை நிறத்து மரங்களின் பின்னால் தேவாங்கு
கருஞ்சாம்பல் நிறத்து மரங்களின் பின்னால் வரையாடுகள்.
கபில நிறத்து மரங்களின் பின்னால் கபில நிறத்து மந்திகள்
மஞ்சள் நிறத்து மரங்களின் பின்னால் மான்கள்
துப்பாக்கி சப்தம் யாவற்றையும் ஒரு அடி நகர்த்தி வைக்கும்.
அதாவது பச்சை நிற மரத்தின் பின்னால்
வரையாடுகள் வரும் போது
கருஞ்சாம்பல் நிறத்து மரங்களின் பின்னால்....
வரும் போது
வேட்டையாடியின் காலடியில் கிடத்தும். செம்மணல் நிற நாய்கள்
இச் செம்மணல் பரப்பின் மீது
யேதாவது நிறத்தைக் கவ்வி
வேட்டையாடியின் காலடியில் கிடத்தும்.

ஏழாம் நூற்றாண்டின் குதிரைகள்

50

ஒரு ஆப்பிள் செடி

இறக்கும் நாளுக்கு முந்நாள் இறந்தவர்
இரு ஆப்பிள் விதைகளை
விழுங்கி விட்டார்.
"செரிமான கோளாறு"- புதைக்கப்பட்டு சரியாய் பதினோரு திவசங்கள்
அவனின் நடு வயிற்றிலிருந்து; மூடப்பட்ட கல்லறை திறந்து; மண்ணைக் கீறி;
ஒரு ஆப்பிள் செடி.
சரியாய் யேழு ஆண்டுகள் அவன் வாயிருந்தயிடத்தில்
விழுகின்றன சில ஆப்பிள்கள்.
செரிமான கோளாறு
சரியாய் 43 ஆண்டுகள்
ஆப்பிள் தோட்டமொன்று; கல்லறைத் தோட்டத்தை மூடியபடி.
எப்போதாவது சில ஆப்பிள்கள் விழுமாவென
எப்போதும் வாயைத் திறந்தபடியிருக்கும் மண்டையோடுகள் கீழே.

நான்கு லாடங்கள்

அசுவமேத யாகத்தில் அழித்தொழிந்தது போக
மிச்சமிருந்த ஏழாயிரத்து நூற்று சொச்சம் குதிரைகள்
முதல், இரண்டாம் உலகப்போரின் முடிவில்
 நான்கு லாடங்களுக்கொரு குதிரையென கணக்கெடுப்பு
முடிந்தது.
127 மன்னர்களும் 32 மஹா யுத்தங்களும் இன்னும் மீதமிருக்க
எஞ்சியிருக்கும் ஒற்றைக் குதிரை இது.
ஒற்றைக் குதிரை மூச்சிரைக்க ஓடி வந்தது
இவ் இருபதாம் நூற்றாண்டு வரை.
இங்கு குப்பையைக் கிளறிக் கிளறி ப்ளாஸ்டிக் கழிவிடையே
கருத்தடை சாதனமொன்றைக் கண்டெடுத்து
கிளறிக் கிளறி அருகில் கொஞ்சம் ரப்பர் ஆணுறைகளையும்
மென்று... தின்று.... மென்று... தின்று....

எஞ்சியிருக்கும் ஒற்றைக் குதிரை இது.

ஏழாம் நூற்றாண்டின் குதிரைகள்

மணற் குழந்தைகள்

பாலைவனப் பெண்ணொருத்தி தவிட்டு நிறத்தில்
மேலேறி திரிந்தலையவென ஒட்டக நிறத்திலொரு ஒட்டகம்
அவளுக்கு.
அப்பாலையின் கரையிலிருந்து பார்க்கிறேன்.
வெளியெங்கும் கச்சையற்ற கொங்கைகள் வெளியெங்கும்
குவியல் குவியலாய்.
ஒரு கொங்கையில் வாய்வைத்து உறிஞ்சினேன்.
வெக்கை.
அழுந்திக் கடிக்க அக்கொங்கை மணல் மணலாய் பொடிந்து...
என் குறியெல்லாம் மண். - அவளுக்கு மண் யோனி
ஒட்டகங்களின் காலிடையே பிறக்கின்றன.
வைக்கோல் பிரி நிறத்தில் அவளின் மணற் குழந்தைகள்.

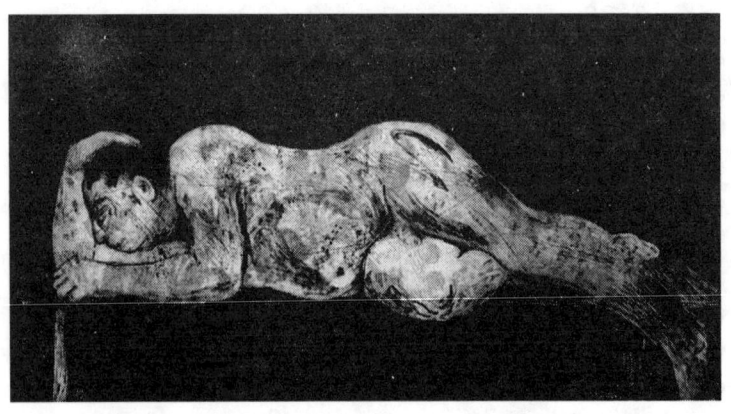

நரன் ⊃

உணவு வு...ண...உ

அப்பா உணவு மேசையிலிருந்து
இரண்டு நாள் தொலைவில் வேட்டையாடிக் கொண்டிருக்கிறார்.
ஒரு காட்டு எலியை
நாங்கள் இங்கே காலி தட்டுகள் முன்.
இளையவன் பீங்கான் தட்டுகளை உடைத்து உடைத்து
சில்லுகளைக் காப்பிக் கோப்பைக்குள் முக்கி முக்கி சுவைத்தான்.
நான் எவர் சில்வர் தட்டுகளை முட்கரண்டியால் குத்தி குத்தி உண்டேன்.
சுத்தியலால் உடைத்து பிட்டு பிட்டு உண்டாள் அம்மா. இவ்
உணவு மேசையை
பசியை எங்களிடமிருந்து துரத்திக் கொண்டோடுகிறார்... எம்
தந்தை
பழக்கங்களைப் புசிப்பதென்பதுதான் விசித்திரமும்
வாழ்வும்.

ஏழாம் நூற்றாண்டின் குதிரைகள்

நரன் ⊃

நிறை மஞ்சள் கோதுமை

வாழ்க்கையைப் பின்னோக்கி பார்க்கச் சொல்லி உபதேசிக்கிறீரே?
உபதேசியாரே....
போத்தல் ஒயினை திராட்சைக் கொடிகளாக
வட்ட வட்ட சப்பாத்திகளை நிறை மஞ்சள் கோதுமை வயல்களாக
இவ்விகாரக் குழந்தையை நேற்று அணுக் கழிவாகக் கூடத்தான்
கண்டேன்.
இனிப்பு பாலைத்தான் இன்று தயிராய் அருந்தினீர்
புளிப்பு மனிதரே;
போபாலில் ஓராயிரம் மண்டை ஓட்டை அடுக்கி வைத்தீரே
விரைந்து ஓடும்.. தென்கோடிக் கடற்கரைக்கு சாக்குப் பையோடு.
எங்கே? பின்னோக்கி உம் பிருஷ்டத்தைப் பாரும்
கண்ணாடி காட்டாமல்

சுதந்திரத்தின் தூளி

வெள்ளைக் கயிறால்
சுருக்கிட்டுத் தன்னைச் சுய கொலை செய்து கொண்ட
உலகின் முன்னணி மனிதர்களின் தூக்குக் கயிறுகள் யாவும்
சேகரிக்கப்பட்டு வருகின்றன
கயிறுகளின் நடுவே ஒரு மனிதர் வேலை செய்கிறார்
வேலைக்குத் தகுந்த சிறப்பு உடை அணிவாரவர் ,

கயிறு போன்ற நீண்ட முழுக்கை சட்டை; நீண்ட கால்சட்டை ;
சுருக்குக் கயிறு வடிவமைப்பில் கழுத்துப்பட்டை
காலுறை நீண்டது .
அறுந்து விடாத கெட்டி ஷூ லேஸ்,
கழிவறையில் அல்லாது வெண்மணல் வெளியில் நீண்ட
ஈரக்கயிறு போன்ற சிறுநீர் கழிப்பதையே அவர் பெரிதும்
களிப்பார்.
ஏதாவது குறிப்பு எடுத்து கொண்டே இருப்பாரவர். எப்போதும்
கயிற்றின் அளவு; அதன் தன்மை; இறந்தவர் அணிந்திருந்த
உடை,; அதன் நிறம்......

இப்படித்தான் கிழக்கு அமெரிக்கரான திரு. ராபர்ட் ப்ராங்க்ளின்
இந்திய வம்ச வழியினர் என்பதைக் கண்டறிந்தார். இற(று)
க்கும் நாளுக்கு நான்கு நாட்களுக்கு முன் மீ-தீணீஹ் இணைய
தளத்தில்
அவர் இரண்டு மஞ்சள் கைத்தறிப் புடவையை தருவித்து
அதில்....

அதிர்ந்து போனார். "சுய கொலை"-2 (self murder-2) என்ற ஓவியத்தில் தொங்கும் கயிற்றில் அதை வரைந்த பெண் தன் கழுத்தைச் செருகி இருந்தாள்.. அவள் உதைத்து விட்ட மர நாற்காலி (wood & legs) மரம் மற்றும் கால்கள் என்ற ஓவியத்தில் விழுந்து கிடந்தது. சற்றே கோணல் வடிவில். செய்ய விரும்பாத மரத்துண்டை தச்சன் கைஎறி தூரத்துக்கு எறிந்து முடிந்த நிம்மதிப் பெருமூச்சையொத்து.

ஒரு முறை

கயிறுக்குப் பதிலாய் சுதந்திரத்தின் தூளியென
அறியத்தரும் ப்ரெஞ்ச் தேசத்து
நடிகையொருவர் தொடைகளைக் கவ்வும்
ஓரமெங்கிலும் எம்ப்ராய்டரி செய்யப்பட்ட உள்ளாடைகளை
இணைத்து சுருக்கிட்டுக் கொண்டது. சம்பந்தப்பட்டவருக்கு
எப்போதும் மனக் கிளர்ச்சியை ஏற்படுத்தும்.
ஒரு நாள் அவ் உள்ளாடை வட்டத்துக்குள்
தன் தலையை நுழைத்து அணிந்து கொண்டாரவர்.
நாற்காலியின் நான்கு கால்களின் மேல் அவரின் இரு கால்கள்

அப்போது எங்கிருந்தோ ஒரு பெண்ணின் கால்
நாற்காலியின் காலை உதைத்து...
முடிந்தது.

மஞ்சள் குருவி

வாயைத் திறந்தேன். மர நிழலில் நின்று
குருவியென்ற வார்த்தை விருட்டென்று வெளியேறி
இன்னும் நிறையயிருக்கிறது குருவி
குருவி.. குருவி குருவி ருவி... உருவி.... கிருவி ....ருவி ....வ் வி
உச்சரிப்பைத் தவறாய் உச்சரித்தேன் - சில
பறக்க மாட்டாமல் சில நடக்க மாட்டாமல்
ஒரு கவிதைப் புத்தகத்தை திறந்து வைத்தேன்.
கவிதையில் வந்து ஒரு குருவி சற்று அமரட்டுமென.
சிறுகதை ஏடென்றால் கூடு கட்டி. மஞ்சள் குஞ்சு பொறித்து,
நடை பழக்கி பின் செல்லும்
நாவலென்றால்...

பக்க விளைவுகள்

இந்நிலத்திற்கும் அதன் மேல் வாழும் மக்களுக்கும் வழங்கவென சில ஆன்டிபயாடிக் மாத்திரைகள் . பேச்சுரிமைக்கு, எழுத்துரிமைக்கு கருத்துரிமைக்கு எதிராய் இது வேலை செய்யுமாம்.
ஆலோசனையும், மாத்திரையும் அனைத்து ஆரம்ப சுகாதார மையங்களில் இலவசமாக அரசு வழங்குகிறது .
நடிகையொருவர் தினமும் தொலைக்காட்சிப் பெட்டி முன் தோன்றி தானும் தன் குடும்பத்தினரும் இதை உபயோகிப்பதாயும் நீங்களும் உங்கள் குடும்பத்தினரும் உபயோகிக்கவில்லையா ?-வெனக் கொஞ்சும் குரலில் கேட்டு நச்சரித்து குற்ற உணர்ச்சியை ஏற்படுத்துகிறார்.
மருத்துவ நண்பரொருவர் இரகசியமாய் சொல்கிறார் .

பக்க விளைவுகள் நிச்சயம் இருக்கத்தான் செய்யுமாம்.

ஏழாம் நூற்றாண்டின் குதிரைகள்

நரன் ⊃

2 பாயிண்ட் தீவிரம்

திரு.எம் தீவிர மனவெழுச்சியுள்ளவர்.
யாருடைய இசைக் கச்சேரிக்காவது சென்று வந்தால்
அன்றிலிருந்து தன்னையொரு இசைக் கலைஞனாய்
வரிந்து கொள்வார்.
இடுப்பளவு அதிகாலை நீருக்குள் இறங்கி......
நீண்ட முடி...
நீண்ட ஜிப்பா தரித்துக் கொள்வார்.
சககவி நண்பரொருவருக்கு
விருது அறிவிக்கப்பட்ட நாளின் இரவிலிருந்து
கத்தை வெள்ளைத் தாள்களோடு
கவிதை எழுத அமர்ந்து விட்டார்.
விற்பனைப் பிரதிநிதி நண்பனொருவன்
தன் கழுத்து டையினாலேயே தன் கழுத்தை இறுக்கி
சுய கொலை செய்து பிரபலமானதை
செய்தித் தாள்களில் படித்த நாள்முதல்
தானும் டை அணிய பழகிக் கொண்டிருக்கிறார்.

வீட்டில் இவரையெல்லாம்
எப்படி சகித்துக் கொள்கிறார்கள்? என்பவர்களுக்கு....
அமைதி மற்றும் பொறுமையின் சொரூபமாயிருக்கிற
அவரின் மனைவி
கர்த்தரின் முன்னமர்ந்து எப்போதும்
பிரார்த்தித்தபடியிருக்கிறாள்.
தன் கணவன் நினைத்ததெல்லாம் நடக்க வேண்டுமென.
இந்த முறை பிரார்த்தனையை இன்னும் 2 பாயிண்ட்
தீவிரப்படுத்துகிறாள்.